கற்பனை அனுபவங்கள்

அன்புடன்

சீதாலெக்ஷ்மி

aelay
publish

கற்பனை அனுபவங்கள்
கவிதை
ஆசிரியர் : சீதாலெக்ஷ்மி ©
முதல் பதிப்பு : ஆகஸ்ட் 2022
வெளியீடு : ஏலே பதிப்பகம்
5/175, பாத்திமா நகர், கூத்தென்குழி,
திருநெல்வேலி - 627104
தொடர்புக்கு : +91 9944992571

Karpanai Anubavangal
Poetry
by Seethalakshmi ©
First Edition : August 2022

ISBN : 978-93-5533-466-4
Aelay Publish
Contact : +91 9944992571
Designed by : Aelay publish team

நான்.....!!

♡

பள்ளிப் பயிலும்
பதினாறாம் அகவையில்
திருமண பந்தத்தில்
நுழைந்தேன்.....!!

புத்தகச் சுமை
சுமக்கின்றவள்
பிள்ளைச் சுமையை
சுமந்தேன்....!!

தோழிகளோடு
பேசி விளையாடி
மகிழும் வயதில்.....!!

ஈன்றெடுத்த
பிள்ளைகளோடு
பேசி விளையாடினேன்....!!

நான் பாடம் சொல்லி
என் குழந்தைகள் கற்றுக் கொள்ள இருக்க
நானும் குழந்தைகளோடு
பாடம் கற்றுக் கொண்டேன்......!!

சில நேரம்
தனிமையில்
அழுவேன்......!!

பல நேரம்
வெகுளியாய்
அலைவேன்.....!!

எனது தனிமையில்
என் தனித்திறமையை
உணர்ந்தேன்.....!!

இக்கணம் நான்
கவிதாயினியாய்
வலம் வருகிறேன்......!!

இதுவே நான்.....!!

அம்மா..

அனைத்தும்கட்டிக் காப்பவள்
அம்மா//

உலகத்தில் தாயைவிட
மிகப்பெரிய சக்தி வேறு
எதுவும் இல்லை //

தன் வயிற்றுப் பசியை விட
பெற்ற பிள்ளையின் பசிக்கு
புசிப்பவளே அம்மா//

மரத்தடி நிழலில் சேலையில்
தொட்டில் கட்டி தூங்கும்
பிள்ளையை கடைக்கண்ணில்
கவனித்துக் கொண்டே
களையெடுப்பவள் அம்மா//

பல கழனிகளில் களையெடுத்தாலும்
பல்கலைக் கழகம் பயில வைப்பவள் அம்மா//

கல்வியறிவு இல்லாத கைநாட்டுக்காரி
அவன் என் மகன் என்று உலகம் போற்ற
கை நீட்டி போற்றுபவள் அம்மா//

அம்மா என்ற ஒரு வார்த்தையில்
அனைத்தும் அடங்கி விடும்//

தந்தையர் தின வாழ்த்துக்கள்....!!

♡

இத்தனை ஆண்டுகளில் ஒரு
ஆண்டு கூட உனக்கு
தந்தையர் தின வாழ்த்துக்கள்
கூறியதில்லை......!!

இக்கணம் உன்னிடம்
வாழ்த்துக் கூற வந்துள்ளேன்
நீ இல்லாத வையகத்தில்.....!!

அன்பை வெளிக்காட்ட தெரியாத
முன் கோபக்காரர்
நேர்மையுடையவர்க்கு
வாழ்த்துக் கூற வந்துள்ளேன்
நீ இல்லாத வையகத்தில்....!!

பிறர் துன்பம் கண்டு
அறம் புரியும் அப்பாவிற்கு
தந்தையர் தின
வாழ்த்துக் கூற வந்துள்ளேன்
நீ இல்லாத வையகத்தில்....!!

நான் கஷ்டத்தில் இருக்கையில்
நீ இல்லாத உலகம் இருளடைந்தது
தோள் கொடுப்பான் தோழன் என்பார்கள்....!!

நீ இருந்திருந்தால் தோள் கொடுக்கும்
தோழனாக மட்டுமில்லாமல்
வாழ் கொடுக்கும் வள்ளலாக இருந்திருப்பாய்....!

அப்பா உந்தன் ஏக்கம்
எந்தன் இதயத்தில்
இப்பூமியில் மீண்டும்
உயிர்த்தெழுவது எப்பொழுது....!!

நான் கூற வேண்டும் உன்னிடம்
தந்தையர் தின வாழ்த்துக் கூற வேண்டும்
அப்பா சீக்கிரம் வா
அப்பா சீக்கிரம் வா....!!

பிணியில் பனியாய் கரைந்தவன்.....!!

♡

மீசை அரும்பாத நிலையில்
திருமண பந்தத்தில் நுழைந்தவனே

மிகப் பெரிய கூட்டுக் குடும்பத்தை
கட்டிக் காத்தவனே.....!!

தகப்பனை பறிகொடுத்தவனே
உடன் பிறந்த சகோதர
சகோதரிகளை அரவணைத்தவனே
பிறருக்கு உதவும் உள்ளம்
கொண்டவனே....!!

சிங்க நடை போட்டு
கம்பீரமாய் குரல் எழுப்பி
ராஜ நடை நடந்தவனே இப்பொழுது
எட்டு மாத குழந்தை நடை பயிலுவது போல்
நடப்பவனே.....!!

ஓங்கி ஒரு குரல் எழுப்பினால்
வாய் பிதற்றுபவர்கள்
வாயடைத்து நிற்பார்களடா
ஆனால் இக்கணம்
மழலைப் பேசும் குழந்தை போல்
மாறி விட்டாயடா.....!!

மற்றவர்கள் நிமிர்ந்து பார்த்து
பேசத் தயங்கியவர்கள்
இப்பொழுது அடக்கி வைக்க
பார்க்கிறார்கள்......!!

சிறுநீரக பிரச்சனையால்

நரக வேதனை அனுபவித்து
மாரடைப்பால் சொர்க்கத்திற்கு சென்றவன்....!!

என் அப்பா ஹீரோ
ஒன்றும் ஆகாது என்று நினைக்கும்
சிறு குழந்தை போல் நினைத்திருந்தேன்....!!

அப்பாவிற்கே மரணம் வந்து விட்டதே
நம்ம எம்மாத்திரம் என்று
சிறு பிள்ளைப்போல் விம்மி அழுகிறேனே....!!

உடல் இளைத்து படுக்கையே
நிரந்தரம் என்று இருந்த உன்னை
கடவுள் வேதனை செய்யாமல்
எடுத்துக் கொள்ள வேண்டுமென்று
நினைத்த மனம் இக்கணம்
தேமி தவிக்கிறேனே....!!

நோய்வாய்ப்படும் ஒவ்வொரு
மனிதருக்கும் இதே நிலைதான்
பிணியில் பனியாய் கரைந்து
போகும் நாம்....!!

முன்னேறு.....!!

எதிர்காலம் நினைத்து துவளாமல்
வாழ்க்கையின் வலிகள் எல்லாம்
வழி வகுத்து முன்னேறிக் காண்பி...!!

உன்னை ஒதுக்கி கண்ணீர் துளியில்
மிதக்க விட்டவர்களின் முன்னிலையில்
தன்னைத்தானே செதுக்கி வியர்வை துளியில்
முன்னேறிக் காண்பி....!!

இதழ்களை பிதற்றியவர்கள் புருவம் உயர்த்திட
முன்னேறிக் காண்பி...!!

நீ தூரம் துரத்தப்படுகிறாய் என்றால்
நீ உயரே பறக்க ஆயத்தமாகிறாய் என்று
முன்னேறிக் காண்பி...!!

நினைத்தது கிடைத்து விட்டால்
நம்பிக்கையிலும் கிடைத்தது விட்டுச் சென்றால்
அனுபவத்திலும் வைத்து முன்னேறிக் காண்பி....!

மறக்க முடியாத நினைவு

இணைய முடியாத உறவுகளை எண்ணி
மறக்கமறுக்கிறது இதயம்...!
மறக்க முடியாத நினைவினால்...!

நீ பேசும் ஓசை கேட்டு...!
உன் சிரிப்பை கண்கள் ஏங்கி பார்த்து...!
உன் தேகம் தொடும் அந்நிமிடம்
தாகம் தணித்து...!
வெண்மதிபோல இருந்த உன்னைக் காணவும் ....!
வெள்ளிப்பனிபோல உருகிய மனம்..
இன்று தவிக்கிதடி.....!
மறக்க முடியாத நினைவினால்...!

அன்பிற்கு ஏங்குவேனென்று
அன்றே தெரிந்திருந்தால்...!
கருவறையிலே கல்லறையாகிருப்பேன்...!
மறக்க முடியாத நினைவினால்..!

உன் மேல் போதையானேன்.ஆதலால்
இக்கணம் போதைக்கே
போதையாகிருக்கிறேன்...!
மறக்க முடியாத நினைவினால்...!

நிர்வாணமாய் இருந்த இதயத்தில்...!
நீ...வானமாய் சூழ்ந்து கொண்டாய்...!
கொட்டும் வான்மழை போல....!
சொட்டும் கவி மழை சிந்துதடி ..!
மறக்க முடியாத நினைவினால்....!

உன் நினைவுகளின் ஆசைகள்...!
நெஞ்சோடு எண்ணி மின்னி மறையுதடி...!
மறக்க முடியாத நினைவினால்...!

இறந்த காதலை எண்ணி ..!
தினமும் பிறக்குதடி கவிதை....!
மறக்க முடியாத நினைவினால்...,

பல்லாங்குழி

♡

பதிநான்கு வட்டவடிவக்குழிகளில் சோழி போட்டு...!
ஆடும் ஆட்டம் பல்லாங்குழி ஆட்டம்...!
பன்னிரெண்டகவையில் சடங்கானவள் முறற்பகலில் மூலையில்...!
உலக்கைச் சிறையில் அடைத்திருக்கும் கன்னிகளுக்கு...!

உறக்கம் களைக்கும் ஆட்டம் பல்லாங்குழி...!
புதைத்த முத்துக்களை துடைத்தெடுக்கும் பதுமைகள்...!
பாண்டியாகப்பசுவாக ஜெயித்திட ஆடும் ஆட்டம்...!
கன்னிகளின் கையில் இருக்கும்
விதைகளை...!

குழிகள் விழுங்கும் ஆட்டம் பல்லாங்குழி ஆட்டம்...!
கொரானாவின் ஆட்டத்தில்
ஊரடங்கு நேரத்தில்...!
பொழுதுக்கழிக்கும் ஆட்டமோ பல்லாங்குழி ஆட்டம்...!

பல்லாங்குழி கன்னிகளுக்கே உண்டான, கண்ணியமான
விளையாட்டு ....!//
இன்று பரணியில் உறங்கினாலும், பல்லாங்குழி
விளையாட்டு மறந்திடாது.....!

நாளைய வரலாறு....

♡
நாளைய சமுதாயம்
இன்றைய இளைஞர்கள்...!!..

இளைஞர்களின்
வேகம் மிகுந்து....!!..
விவேகம்

குறைந்து உள்ளது.....!!

விதை விதைக்கவும்
நுங்கு தின்ன அவசரம்...!!

செடியாகி மரமாகி
"பூ" பூத்து காய் காய்க்கும்
வரை பொறுமையின்றி
அவசரம்...!!

பெரியோர் அறிவுரையோடு உன் அறிவை சேர்த்து
நாளைய வரலாறு காண வாருங்கள்...!!

அரணுக்குள் இருந்து முரண் செய்யாதே...!!
அறம் புரிய புறம் செல்..!!

உழைக்காமல் உயர்வில்லை...!
உழைப்பின்றி ஊதியம் இல்லை....!!

கற்றது கைமண்ணளவு
கல்லாதது உலகளவு....!!
கல்லாததையும் கற்று கற்றதோடு இணைத்து
உலகத்தில் வரலாறு படைத்திட படையெடுத்து
வாருங்கள் இளைஞர்களே...!!

ஒவ்வொரு இடத்திலும்
தோல்வியுற்றால் தான் நீ வெற்றியை நோக்கி
சீரிப்பாய்வாய்...!!

தோல்வி வெற்றியின் படிக்கட்டுகள்...!!
எல்லை கொண்ட வானம் வரை உங்கள் வெற்றியை
நோக்கிச் செல்லுங்கள்...!!

ஜொலிக்கும் கானல் நீர் தாகம் தீர்ப்பதில்லை...!!
சுரக்கும் காணும் நீரே தாகம் தணிக்கும்.....!!

பயணத்தின் காதல்

♡
சிறு தூர பேருந்து பயணம்//
சிலு சிலுவென காற்றோடு இரவு நேரம்//
நீண்ட நாள் பிறகு தனிமையில்//
ஜன்னல் ஓரம்//

ஜில்லென்ற இளங்காற்று //

பௌர்ணமி நிலவு..மஞ்சள்
பூசியது போல் தங்கமாய்
மின்னியதோடு என்னோடு
பயணித்தது//

மனதில் ஒரு உற்சாகம்//
பேருந்திற்குள் 80..90...களில்
வெற்றிபெற்ற
இளையராஜாவின் பாடல்கள் ஒலிக்க//

இன்னும் சிறு தொலைவு பயணம்
நீளாதா எனக் கேள்வியோடு//
இறங்கும் இடம் வரவும் //
இறங்கிச் சென்றேன் பெருமூச்சோடு//

உன்னால் சிந்தும் கவித்தூரல்...!!

♡

மேகமாய் வருகிறாய்
தேகத்தில் போர்த்திக் கொள்கிறேன்...!!

மின்னலாய் வருகிறாய்
மனதில் ஊடுருவிக் கொள்கிறேன்...!!

காற்றாய் வருகிறாய்
மூச்சிற்குள் இழுத்துக் கொள்கிறேன்...!!

கீழ்இமை நீயானால்
மேல் இமை நானாவேன்...!!

இருவரும் இணைந்திட

இருளின் நிலவொளியை தேடுகிறோம்....!!

நீயோ மௌனத்தால் பட்டை தீட்டுகிறாய்...!!
நானோ அதை வார்த்தையால் பட்டை தீட்டுகிறேன்...!!
உனது மௌனங்களை மொழிபெயர்த்து படிக்கிறேன்...!!
எவ்வாறு காதல் செய்தான் என்று ஆச்சர்யத்துடன்
காண்கிறாய் நான் புனைந்த கவிதைகளில்...!!

என் அன்பை கண்டு கண்ணீர் விடுகிறாய்...!!
உன் கண்ணீர்த்துளி யாவும் நான் கவித்தூரலாய்
சிந்துகிறேன்...!!

வானூர்தி பயணம்...!!

♡
வானூர்தியில் பயணிக்காதவர்கள் என்னோடு
பயணியுங்கள் நான் புனைந்த கற்பனை கவியில்....!!
கற்பனையில் பறக்கிறேன்.... தேவதையாக அல்ல
வானூர்தியின் பயணியாக.....!!

விமானத்தின் நுழை வாயிலில்
நுழையும் பொழுதே ஒரு பதட்டம் ...!!

இறைவித் தேர் ஏறி ஊர் உலா வருவது போல்
விமானப் படி ஏறி வானுலா வரப் போகிறேன்..!!

புன்னகையுடன் சுற்றி முற்றி பார்க்கிறேன் மற்ற
பயணிகளை ..எனக்கான இருக்கையில் அமர்ந்த எனக்கு
ஒரு வித மகிழ்ச்சி...!!

அங்கு கொடுக்கும் உற்சாக பானம் அருந்த வேண்டாம்..
விமான பணிப்பெண்களை பார்த்தால் போதும்...!!

விமானம் மேலே செல்வதற்கு முற்படுகிறது
என் அடி வயிறு கூசுகிறது கண்களை இறுக்க
மூடிக்கொள்கிறேன் பயவுணர்வு மேலோங்குகிறது

கொஞ்சம் கொஞ்சமாக கண்களை திறக்கின்றேன்...!!

கீழிலிருக்கும் அத்தனை இயற்கைகளும் செயற்கைகளும்
எறும்பைப் போன்று சிறியதாக தெரிவதைக்கண்டு
வியப்புடன் காண்கிறேன்...!!

வானூர்தி பயணம் எனக்கு கிடைத்திடாத அனுபவம்....!!
நான் பயணிக்காத வானூர்தி பயணம்....!!
என் கற்பனை கவியில் ஒரு வானூர்தி பயணம்....!!

கண்ணம்மா....

♡
நீதான்....!!
மல்லிகைப்பூச் செண்டாய் மணப்பதும்
நீதான்....!!
அடிக் கரும்புத் துண்டாய் இனிப்பதும்
நீதான்..!!

இருளில் ஒளி வீசும் வெண்ணிலவும்
நீதான்...!!
பகலிலே ஒளிக் கதிர் வீசும் கதிரவனும்
நீதான்...,!!

மார்கழி அதிகாலை பனியும்

நீதான்...!!
மழைக் கால குளிரும்
நீதான்....!!

சித்திரை வெயிலின் மாங்கனியும்
நீதான்...!!
நித்திரை வராத புழுக்கமும்
நீதான்....!!

நெஞ்சத்தில் தஞ்சம் அடைந்தவளும்
நீதான்....!
மஞ்சத்தில் முத்திரை பதித்தவளும்
நீதான்....!!

நான் எழுதும் பேனா நுனியில்
பிள்ளையார்ச்சுழி
இடுவது முதல் .....!!

நான் கவி புனையும் எழுத்துக்களின்
நிறுத்தப் புள்ளி வரையிலும்
நீதான்....!!
உன் நினைவுகள் தான்
என் கண்ணம்மா.....!!

நீதான் அனைத்தும் நீதான்
எனக்குள் எப்போதும் நீதான்.....!!

விருப்பம் இல்லாத ஒரு தலைக் காதல்

♡
என் மீது பைத்தியமாக
இருக்கும் உன்னை
என்னவென்று சொல்வது...!!

உன் பைத்தியதிற்கு
வைத்தியம் நானென்றால்
நீ குணமடைவது
கடினமன்றோ...!!

சாத்தியம் இல்லாத ஒன்றை
சத்தியம் என்று நினைந்து இருந்தால்
சங்கடத்தில் முடியுமே.....!!

சரியான பாதையில் சென்றவனுக்கு
இடையில் வந்த பாதையை
சரி என நினைத்து தவறான

பாதைக்குச் செல்கிறாய்....!!

தவறான பாதை என அறிந்ததும்
திரும்பச் செல்வதே நல்ல
புத்தி மானின் அடையாளம்
அன்றோ...!!

பார்வை

♡

பார்வை ஒன்றே போதுமே
உன் கரு விழி பார்வையே ஒரு போதை
மது அருந்தாமலே மாது உன்
விழிகளை கண்டு நான் செல்லும்
வழியை மறந்தேனடி....!!

நீ பார்த்தால் மட்டுமே
மலர் மொட்டுக்கள் மலர்ந்திடுமே
பாவை உன் பார்வைக்கு போதையான
என்னிடம் போதிக்காமல் போனது
ஏனோடி....!!

ஆண்கள் வெட்கப்படும் தருணம்
பெண்கள் பார்வையிடும் அந்நேரம்
பார்வை நோக்கும் அந்நேரம்
கரு விழி இரண்டும் இசைத் தட்டு போல்
சுழன்று இசை ஒலி கேட்குதடி....!!

உன் விழியும் என் விழியும்
சேர்ந்தால் மட்டுமே நம்
இதயங்கள் திறந்திடுமே...!!

வாய் மெய் இல்லாமல் போனாலும்
கண்கள் பொய் சொல்லாது
கண்மணியே....!!

பதுமை உன் பார்வைக்கு இந்த
பாதகன் அடிமையடி ....!!

விழி மூடும் இறுதி வரை
பாவை உனக்கே நான்
சேவை செய்வேனடி.....!!

ஆணின் ஆண்மை உணர்த்திய தருணம்

மேற்கே கதிரவன் மறையும் வேளை
அந்தி சாய்ந்த மாலை வேளையில்
பாவை ஒருத்தி சாலையோரம்
நடக்கின்றாள்...!!

கார் மேகம் சூழ்ந்து இடி மின்னலோடு
மழை வரும் அச்சமயம் பயத்தில்
தாகம் எடுக்க தேகம் நனைய
சேலை முந்தானையை சிரத்தோடு
சேர்த்து தன் மேனியை போர்த்திக் கொண்டு
நடையில் வேகம் பிடித்தாள்.....!!

மழையின் காரணமாக தெரு
மின் விளக்குகள் அணைய
இருட்டில் செல்ல பயந்த பாவை
சாலையோரம் சார்த்தப்பட்ட
தேநீர் கடைக்குள் ஒதுங்கினாள்....!!

எதிர்பாராமல் பாவை மனம்
திருடிய பாதகன் வருகிறான்
இதுவரை பாதுகாப்பற்ற நிலையை
உணர்ந்த இவள் இக்கணம்
பாதுகாப்பாக உணர்கிறாள்.....!!

ஒரு ஆணிடம் ஒரு பெண் எப்பொழுது
பாதுகாப்பாக உணர்கிறாளோ
அதுவே ஆணின் ஆண்மை...!!

வானில் இடி மின்னல் வருவதை போல
இவர்களின் மனதிலும் உடலிலும் மின்னல்
மின்சாரமாய் பரவுகிறது....!!

அங்கு நீளமான பலகை ஒன்று
இருப்பதைக் கண்டு அதில் அமரும்
பாவை தன் காலில் கொலுசொலி
கேட்காததை எண்ணி குனிந்து
பார்க்கிறாள்...!!

இவனும்
காதலியின் புடவையை நீக்கி
காலை தொட்டுப் பார்க்க
இருளும் பளீரென ஒளிர்கிறது
வாழைத்தண்டு போல் மின்னும்
அவளின் காலின் நிறத்தால்...!!

அவன் விரல்களால் ஸ்பரிசம் செய்வதை
உணர்ந்த இவள் வெட்கத்தில்
சிணுங்கி தயங்கி மயங்கினாள்...!!

இருட்டிலும் அவளது இதழ்கள்
வெட்கப்படுவதை எத்தனை
அழகு என ரசித்தான்
இதழை ரசித்த இவனுக்கு
இதழை ருசிக்க துடித்தான்....!!

தேநீர் கடையில் இதழ் ரசம் பருக
இருக்கும் தருணத்தில் அணைந்த
மின் விளக்குகள் வெளிச்சமாய் ஒழிக்க
மழையும் ஓய்ந்து போக
இவர்களின் ஆசையும் அடங்கி போனது....!!

ஆணின் ஆண்மை
உணர்த்திய தருணம்
அவள் பாதுகாப்பாக
நினைத்த அந்நேரம்...!!

கட்டுக் கதை

♡

எங்கோ ஒரு தெரு முனையில்
தெரியும் நெருப்புப் புகை
தேவையற்ற குப்பைகளை
எரிப்பதனால் இருக்கலாம்....!!

இல்லை....ஒரு ஏழை வீட்டின்
உலை கொதிக்கும் விறகின்
நெருப்புப் புகையாக
இருக்கலாம்...!!

இல்லை.....மயானத்தில்
எரியும் பிணத்தின்
நெருப்புப் புகையாக
இருக்கலாம்.....!!

இல்லை.....கழனிக் கருது
அறுத்தப்பின் அழிக்கப்படும்
நெருப்புப் புகையாக
இருக்கலாம்.....!!

இல்லை....வன்மக் காரர்களின்
கொடுஞ் செயலான ஏழைக்
குடிசை தீ வைத்ததின்
நெருப்புப் புகையாக
இருக்கலாம்....!!

இப்படியான நெருப்புப் புகைகளை
இதுதான் என அவசரப்பட்டு
நீங்களாகவே முடிவெடுத்து
முத்திரை பதித்து
விடாதீர்கள்.....!!

கண்ணால் பார்ப்பதும் பொய்
காதால் கேட்பதும் பொய்
தீர விசாரிப்பதும் இப்பொழுது
குழப்பத்தில் முடிகிறது.....!!

ஆதலால் அவரவராகவே
மனம் திறந்தால் மட்டுமே
எதுவும் சாத்தியம்.....!!

🙏 தேவையில்லாக் கட்டுக் கதை வேண்டாமே 🙏

விலை மாது

♡

சிவப்பு விளக்கில்
விலை போகும்
விலை மாதுக்கள் ஒவ்வொரு
ஆண் மகன் முற்றம் முன்
சிவப்பு விளக்கோடு
நிற்பதில்லை....!!

ஆண்களின் சொக்காவின்
சோப்பிற்குள் குலுங்கும்
சில்லறைகள்தான்
சிவப்பு விளக்கை நோக்கி
கூச்சலிடுகிறது....!!

மனைவி எத்தனை பேரழகியாக
இருந்தாலும் எத்தனை பொன் பொருள்
சேர்த்தாலும் சில ஆண்களின்
ஆசைகள் மங்குவதுமில்லை
மண் பெண் பொன் இவைகளின்
உள்ள நாட்டமும்
குறைவதுமில்லை....!!

பணம் பெற்று சுகமளிக்கும்
மாதர்களை தாசி எனப்
பெயரிடும் உலகம்
பணமளித்து சுகம் பெறும்
ஆடவர்களுக்கு வேறு பெயர்கள்
ஏதும் உண்டோ
இவ்வுலகில்....!!

மாதவியாக இருக்கும்
பெண்களை ஏற்காத உலகம்
கோவலனாக இருக்கும்
ஆண்களை மட்டும் இவ்வுலகம்
ஏற்றுக் கொள்கிறது.....!!

பெண்களுக்கு
பெண்ணுலகமே
எதிரி தான்....!!

ஆசையில் ஒரு கவி

♡

உன் பெயரை சத்தமாகக் கூறி
உன்னைத் தவிர வேறு ஏதும்
வேண்டாம் என்று
சொல்லிட ஆசை.....!!

நீரோடை ஓரம் உன் கைக்
கோர்த்து தோள் சாய்ந்து
நெடுந்தூரம் நடந்து
சென்றிட ஆசை.....!!

நான் உனக்கு தாயாய்
நீ எனக்கு குழந்தையாய்
மாறிட ஆசை....!!

நீ பேசும் ஓசை கேட்க செவிக்கும்
நீ சிரிக்கும் சிரிப்பைக் காண
கண்களுக்கும் ஆசை.....!!

உன் தேகம் தொட்டு
தாகம் தீர்த்து விரகம்
தீர்க்க ஆசை....!!

கடலுக்குள் மூழ்கிடும்
நிலவைப் போல் உனக்குள்
மூழ்கிட ஆசை.....!!

உன்னை நேசித்து
உன்னை யோசித்து
உன்னையே வாசித்து
உன் நினைவுகளோடு என்றும்
யாசித்திட ஆசை....!!

எத்தனை நேரம் இரவினில்
நிலவு காய்ந்தாலும்
அதனின் மினுமினுப்பு
மங்காது அதுபோல
நம் அன்பும் கூந்தல்
நரைத்தாலும் என்றும்
மாறாது....!!

அந்தக் காலம்

♡

இன்று நாம் வாழும் வாழ்க்கை
மகிழ்ச்சியாக இருக்கிறதா என்றால்
அது கேள்வி குறியாகத்தான்
நிற்கிறது....!!

முப்பது வருடங்களுக்கு முன்பு மகிழ்ச்சியாக
வாழ்ந்த வாழ்க்கை மனதிற்கு இனிமை
தந்தது சிறு வயதில் எவ்வித கவலையும்
இல்லாமல் இருந்தது....!!

இரவு நேரம் ஏழு மணிக்கு உறங்கி
அதிகாலை ஐந்தில் துயில் எழுந்து
அடுப்புச் சாம்பலில் பல் துலக்கி
காலைக் கடன்களை முடித்து
கொல்லைப் புற கிணற்றை எட்டிப் பார்த்து
நம் முகத்தின் பிம்பம் கண்டு

மூன்றாவது தெருவில் முக்குழி சுட்டு
விற்கும் போதும்பொண்ணு அக்காவிடம்
ரூபாய்க்கு பத்து முக்குழி என்று எண்ணிப்
பார்த்து தூக்கு வாலியில் போட்டுக் கொண்டு

மூச்சு வாங்க ஓடி வந்து ஆவி பறக்க
கையில் எடுத்து வலது கையிலும் இடது கையிலும்
மாற்றி மாற்றி ஊதி சாப்பிட்ட காலம்
இனி வந்திடுமோ ....இல்லை
இக்கால பிள்ளைகளுக்கு இப்படிப்பட்ட
அனுபவம்தான் கிடைத்திடுமோ.....?

கந்தனை துறந்தால் தவறேதும் உண்டோ....!!

♡
மலை மேல் குடியிருக்கும்
கந்தனின் அடிவாழ் மக்கள்
அஞ்சுக்கும் பத்துக்கும்
பிச்சை எடுக்க....!!

தலை கால் தெரியாமல் குடி கெட்ட
கணவான்களின் பிள்ளைகளான
ஆணும் பெண்ணும் தறிகெட்டு

தெருவில் நிற்க....!!

ஆயிரத்தெட்டு படியேறி ராஜா வேடம்
காணக் கண்டால் கோடிஸ்வராகளாம்
என்றும் ஆண்டி வேடம் காணக் கண்டால்
போண்டியாகி விடுவோம் என்ற மூட
நம்பிக்கையின் கதவை மூடாமல் இருப்பதே
மதி கெட்ட நம்பிக்கை....!!

கந்தனின் அருளும் ஆசியும்
மேல்த் தட்டு மக்களுக்கு மட்டுமே கிடைக்கப் பெற
கீழ்த் தட்டு மக்கள் எத்தனை எத்தனை
பக்தியுடன் வந்தாலும் அவர்களுக்கு
சக்தி கொடுக்க மறந்த கந்தனை
இங்கு துறந்தால் தவறேதும் உண்டோ இவ்வுலகில்.....!!

நன்றி கூறு....!!

♡

நீ வெற்றி இலக்கை
அடைய உன்னை
புறம் தள்ளியவர்களுக்கு
நன்றி கூறு....!!

உன்னை நிராகரித்து

உன் திறமை கண்டு ஊக்குவிக்காமல்
இருந்தவர்களுக்கு
நன்றி கூறு....!!

தன் வேலைகளை புறக்கணித்து
உன் மேல் கவனம் செலுத்தி
குறைகளை மட்டுமே கண்டறிந்தவர்களுக்கு
நன்றி கூறு...!!

தக்க நேரத்தில் தோள் கொடுக்காமல்
இருந்தவர்களுக்கு செய் நன்றி
மறந்தவர்களுக்கு
நன்றி கூறு....!!

பணக் கஷ்டம் இருக்கையில்
மனக் கஷ்டம் அளித்தவர்களுக்கு

பொருளாதாரம் இழந்து நிற்கையில்
நிற்கதியாய் விட்டுச் சென்றவர்களுக்கு
நன்றி கூறு....!!

ஏனென்றால் அவர்களால்தான்
நீ தன்னைத் தானே செதுக்கி
ஒரு அழகான சிற்பம் போல்
காட்சியளிக்கிறாய்....!!

ஆதலால் உன்னை தனித்து விடப்பட்ட
அனைவருக்கும் மறவாமல் மறவாமல்
நன்றி கூறு....!!

வலிமை படைத்த தாய்மை

♡

தாயாகும் பெண்கள் அனைவரும்
பத்துமாதம் வயிற்றில் சுமந்து
எஞ்சி இருக்கும் நாட்கள் அனைத்தும்
பிள்ளைகளின் எதிர்காலம் சிறக்க
அவர்களை நெஞ்சில்
சுமக்கிறார்கள்....!!

முதல் மூன்று மாதம்

குமட்டல் வாந்தி மயக்கம்
சோர்வு அனைத்தையும்
தாங்கி....!!

அடுத்த இரண்டாம் மூன்று மாதத்தில்
பூமி அதிராமல் பொத்தி நடந்தும்
பயணிக்கும் பொழுது கவனமுடன்
பயணித்தும் கருவில் இருக்கும் குழந்தையை
பாதுகாத்து.....!!

அதற்கடுத்த மூன்று மாதத்தில்

சுகப்பிரசவம் ஆகவேண்டும் என்று எண்ணி
குனிந்து நிமிர்ந்து மூச்சு வாங்க
வேலை பார்த்து....!!

நிறைமாத கற்பிணியாக வலம் வந்து
வலியோடு போராடினால்தான்
களிப்போடு வாழலாம் என்று
மன உறுதியுடன் செத்து பிழைத்து
ஈன்றெடுக்கும் தாய்மார்கள்
வலிமை படைத்த தாய்மைதான்....!!

வாழ்த்திச் செல்கிறேன்....

♡

நீண்ட நாள் ஆனது உனைப் பார்த்து
ஒரு குறுஞ்செய்தி கிடையாது
புலனில் பதில் கிடையாது
உன்னைக் காண ஏங்கி
தவிக்கும் கண்களுக்கு....!!

உன்னை தாங்கி செல்லும்

உன் வாகனம் கண்டதும்
உன்னையே பார்த்தது போல்
மலர்ச்சியானேன்....!!

இனம் புரியாத மகிழ்ச்சியுடன்
திரும்பினேன்
எதிர்பாராத விதமாக உன்னைச்
சந்தித்தேன்....!!

நீண்ட இடைவெளிக்கு பின்
பார்த்ததும் கண்கள் கலங்கி
பெருமூச்சானேன்
நீ யாரையோ பார்த்தது போல்
மூச்சு விடாமல் நகர்ந்து போனாய்.....!!

அச்சமயத்தில் என்றோ ஒரு நாள்
இறுதி வரை உன்னோடு பயணிப்பேன்
என்று நீ கூறிய வாசகம் ஞாபகத்தில் வரவே

அதை நினைத்து புன்னகைத்து
நகர்ந்தேன்...!!

இனிமேல் எப்பொழுதும் யாரிடமும்
இறுதி வரை உன்னோடு பயணிப்பேன் என்ற
வாசகத்தை பயன்படுத்தாதே என்று கூறி
எப்பொழுதும் எனக்குள் இருக்கும் உன்னை
வாழ்த்திச் செல்கிறேன்....!!

கனவாக மாறிய காதல்

♡

அதிகாலை பனி மூட்டத்தில் என்னை
நோக்கி வந்த உன்னை
கண்கள் கசக்கி வியப்புடன் பார்த்த
என் விழிகள்
நீர் வீழ்ச்சியாக ஓடியது....!!

உன் தலை கோதி முகம் துடைத்து
அணைத்துக் கொள்ளும் ஆர்வத்தில்
கரம் ஏந்திய நான்
சேவல் கூவியதில் திடுக்கென
விழித்தேன்.....!!

பொழுது புலர்ந்தது
நிஜமா நினைவா என்று
தன்னையே கிள்ளிப் பார்த்தேன்
கனா என்று தெரிந்ததும்
கலாய்த்துக் கொண்டேன்....!!

கனவும் களைந்தது
நீயும் களைந்து மறந்தாய்
ஆனால் ஒவ்வொரு நாளும்
உன்னை பார்க்கும் தருணம்
அகத்தினுள் ஓடும் கண்ணீரை
மறைத்துச் செல்வேன்....!!

உனதருகே நானிருக்கும் இடத்தில்
வேறொரு பதுமையை காணும்
அந்நேரம் அகத்தின்
அழுகையை அடக்கிக்
கொள்வேன்....!!

ஆனாலும் என்னை உன்

குழந்தையாய் பாவித்து
குட்டிப்பாப்பா என்று அழைக்கும் உன்
குரலோசை என் செவியில்
ஒலித்துக் கொண்டிருக்க அந்நினைவுகளோடு
வழக்கமான வாழ்க்கையை
தொடர்வேன்......!!

சில காம பிசாசுகள்

தொண்டை கிழிய
பசியில் கத்தி காய்ந்து போன
தொண்டையை
நனைத்து உன் வயிற்றுப்
பசியை போக்கிய தாய்ப் பாலை
நினைத்துப் பார்....!!

உன் காம பசியை தூண்டிய
மார்பகத்தை தீண்டமாட்டாய்...!!

வயல் வெளியில் விளையாடும்
உனது பிஞ்சு காலில் முள் தைத்து விடும்
என்று அவளின் அரை சிம்மாசனத்தில்
அமர வைத்து அவள் சுற்றிக் கொள்ளும்
கண்டாங்கியில் கட்டியணைத்து களையெடுத்ததை
நினைத்துப் பார்....!!

பெண்களின் அரை இடுப்பு எவ்வளவு
பாதுகாப்பானது என்றறிவாய்....!!

கவல் இடுக்கில்
உன்னை இட்டு
நீரூற்றி நீராட்டி
சீராட்டி உன்னுடல் தேற்றியதை
நினைத்துப் பார்....!!

பெண்களின் கால் பாதத்தை
சிரம் தாழ்த்தி

தொட்டு வணங்கச் செய்வாய் .....!!

பிரசவ வலியில்
இப்பூமியில் நீ விழ வேண்டுமென்று
சவமாகி பிழைத்து உன்னை
வெளிக்கிடத்தினாலே
நீ வந்த வழியை
நினைத்துப் பார்....!!

எந்த பெண்ணையும் காம விழியில்
பார்க்க அஞ்சுவாயடா....!!

மூவாறு இளமை உதிர்ந்து
ஆறு பத்து முதுமை மலர்ந்தும்
சில ஆண்கள் வக்கிர புத்தியோடு தான்
அலைகிறார்கள்....!!

காதலியையும் கட்டியவளையும்
தவிர பிற பெண்களை உடன் பிறவா
சகோதரிகளாக பார்க்க முற்படுங்கள்
காம பிசாசுகளே.....!!

தெரு விளக்கு...!!

♡

சேரி மக்களின்
பிள்ளைகள் எதிர்காலம்
சிறக்க தெருவிளக்கின்
ஒளியே ஒளிமயமானது....!!

தெருக் கோடியிலே அந்த மூலை
திரும்பும் இடத்தில் இருக்கும் நகராட்சி
தெரு விளக்கு......!!

இளமை முதுமை
மனிதருக்கும் மட்டுமல்ல
அந்த தெரு விளக்கிற்கும் தான்
முதுமையாய் நிற்கும்
தெரு விளக்கு.....!!

நிற்கும் கல் உடம்பில் சிரம் தாழ்ந்து
உடைந்து குற்றுயிராய் தொங்கும்
கண்ணாடி விளக்கு காற்றின்
அசைவில் இங்கும் அங்குமாய்
தலையசைக்க எப்பொழுதுனாலும்
கீழே விழுந்து மடிந்து விடுவோமோ
என்றிருந்தது....!!

அந்த தெரு விளக்கின் மங்கிய

வெளிச்சத்தின் விசிறிகள் இன்னும்
சற்று நேரத்தில் சுற்றி வந்திடுவர்....!!

மங்கிய வெளிச்சத்தின் அடியில்
அமர்ந்து பாடங்கள் பயிலும் சிறார்களும்
கண்ணாமூஞ்சி விளையாடும் மழலைகளும்
இரவு நேர உணவு உண்ணும்
கிழவன்களும் கிழவிகளும்
தள்ளு வண்டியை தள்ளிக் கொண்டு
சுண்டல் விற்கும் தாத்தாவும்தான் அந்த
தெரு விளக்கின் விசிறிகள்....!!

ஒரு நாள் காற்றடித்து மழை பொழிந்ததில்
தன் உயிரை மாய்த்துவிட்டது
முதுமையான தெரு விளக்கு....!!

சில காலம் கழித்து
அவ்விடத்தில் புதிதாய்
முளைத்தது இளமையான
தெரு விளக்கு
அதற்கும் முதுமை காலம் வந்தால்
மடிந்திடுவோம் என்பது இக்கணம்
அறியாதது அந்த தெரு விளக்கு...!!

எதுவும் எல்லாமும் சில காலம் தான்....!!

குருதியின் குமுறல்கள்....!!

♡

நான் வெளியேறும் இடம் பொறுத்தே
எனக்கான மதிப்பு இருக்கிறது
தெரியும் காயங்களால் வரும்
குருதிற்கு ஒரு மதிப்பு
பிறர் கண்ணிற்கு தெரியாமல் வரும்
குருதிற்கு ஒரு மதிப்பு......!!

விபத்தில் ஏற்படும் குருதியை
பார்க்கும் பார்வையில்
அய்யோ என்ற அலரலும்
பாவமும் தெரிகிறது....!!

இரத்ததானம் கொடுக்கும் குருதியை
பார்க்கும் பார்வையில்
ஏதோ சாதித்தது போன்ற
ஒரு கம்பீர பார்வை தெரிகிறது....!!

பத்து மாதம் வெளியேறாத
தீட்டுக்கள் ஒன்றாகி
நீங்கள் கொஞ்சித் தீண்டும்
குழந்தை வருகிறது....!!

இதுவே மாதம் வெளியேறும்
..குருதி தீட்டை அருவருப்பாக பார்க்கும்
மனிதர்கள் வலி வேதனையை
புரிந்துக் கொள்ளாமல் சுழிக்கும் முகங்களே

அதிகமாய் இருக்கிறது....!!

விதவையின் இதயக் கூச்சல்...!!

♡

வித்தைக் கொடுத்து
இளமையை பறித்துச் சென்றான்
இடையில் வந்த தாலிக் கொடியால்
என்னைச் சுற்றி வேலி க் கொடி படர்ந்தது....!!

பருவமடைந்த பைங்கிளியாய்
பறந்து திரிந்தேன்
இளமையிலே வாலிபங்கள்
வயதாகிப் போயின

பாதகனுக்கு வாக்கப்பட்டு
வக்கற்று நிற்கிறேன் பாதியில்
விதி எனும் சதியால் என் கதி
நிற்கதியாயின....!!

நடுவில் வந்த தாலியும் மெட்டியும்
என்னை துச்சம் என போயின
போனவன் போனான் சுகங்களை அழித்து
துக்கங்களை அளித்து விட்டு போனான்.....!!

என்னுடன் வந்த பூவுக்கும் பொட்டுக்கும்
நான் செய்த பாவம் என்னவோ
உறங்கையில் சிணுங்கும் காற்சிலங்கிற்கும்
நான் செய்த பாவம் என்னவோ.....!!

பாசியாய் படர்ந்த பாசத்தின் அருமை
தெரியாமல் பட்டாம் பூச்சியாய்
பறந்து போனான்
பச்சிளங் குழந்தையோடு இளம் வயதில்
தவிக்க விட்டுப் போனான்....!!

அகில மகிழ பறந்த நான்
சிறகொடிந்த பறவையாய்
கிடக்கின்றேன்
இதயத்தின் ஆவி போகக் கூச்சலிட்டாலும்
விட்டுச் சென்ற பாவியின் ஆவி அறியுமா.....!!

உன்னருகே நானிருந்தால்....!!

♡

நீ தலை சாய்ந்து உறங்கும்
தலையணையாவேன்
நீ அயர்ந்து அமரும்
நாற்காலியாவேன்
உன்னருகே நானிருந்தால்....!!

நீ நீராடும் வேலையில் உன்னை
ஸ்பரிசம் செய்யும் வழலையாவேன்
உன் கார் மேகக் கூந்தலை
வருடிடும் சீப்பாவேன்
உன்னருகே நானிருந்தால்....!!

நீ பேசும் வார்த்தைகள் எல்லாம்
கவிதையாய் வார்த்திடுவேன்
உன் சிரிப்பொலியை
இசையொலியாய் மீட்டிடுவேன்
உன்னருகே நானிருந்தால்....!!

உன் புன்னகை அனைத்தையும்
மூட்டியில் அள்ளிக் கொள்வேன்
சித்திரை நிலவில்
நித்திரை தொலைவில் அனுப்பிடுவேன்
உன்னருகே நானிருந்தால்....!!

சத்தம் இல்லாமல்
யுத்தம் நடத்திடுவேன்
உன் ரகசியங்களுக்குள் புதைந்து
தேகத் தீயில் எரித்திடுவேன்
உன்னருகே நானிருந்தால்....!!

உன் தனிமைகளை இனிமையுடன்
ஸ்வாரஸ்யமாக மாற்றிடுவேன்
உந்தன் அசைவில் ஒவ்வொன்றிலும்
நானிருப்பேன்
உன்னருகே நானிருந்தால்.....!!

விலக்கி விடுங்கள்...!!

♡

உங்களை
உதாசீனப்படுத்துபவர்களை
உங்கள் மீது
நம்பிக்கை இல்லாதவர்களை
விலக்கி விடுங்கள்....!!

உங்களை
சந்தேகிப்பவர்களை
உங்களை
அடிமையாக வைத்திருப்பவர்களை
விலக்கி விடுங்கள்....!!

உங்களை
புரிந்துகொள்ளாதவர்களை
ஒரு சந்தர்ப்பத்தை பயன்படுத்தி
உன் நடத்தையை
தீர்மானிப்பவர்களை
விலக்கி விடுங்கள்.....!!

அன்ப பாசம் நேசம் காமம்
அனைத்தும் உங்களின்
அழுத்தத்தினால்
வருவது க் கூடாது
உங்களின் மன ஈர்ப்பினால்
வரவேண்டும்.....!!

புரியாதவர்களுக்கு புரிய வைத்து விடலாம்
புரியாதது போல் இருப்பவர்களை
என்ன செய்தாலும் எந்த பயனும்
இருக்காது
உண்மை அன்ப இல்லாத இடத்தில்
வம்பு செய்யாமல் விலக்கி
விலகி விடுவது மேல்.....!!

கற்பனையில் ரசித்தேன்....!!

♡

என் வருகை எண்ணி
காத்திருக்கும் உன்னை
கோலமிடும் முற்றத்தின்
மதிழோரம் நின்று உன்னை
ரசித்துப் பார்த்தேன்.....!!

என் மணவாளனை காணவில்லை
என்று கன்னத்தில் கை வைத்து
முகம் வாடி எனைத் தேடி
வழி மேல் விழி வைத்து
காத்திருக்கும் உன்னை
ரசித்துப் பார்த்தேன்.....!!

உனது பொறுமை எத்தனை நேரம்
நீடிக்கும் என்று நினைத்துப்
பார்த்த எனக்கு பொறுமை இல்லாமல்
உன் முன் வந்து நின்று உன்னை
ரசித்துப் பார்த்தேன்.....!!

எனது கண்கள் காணவும்
வெட்கத்தில் தலை குனிந்து
திண்ணைத் தூணில் சாய்ந்தபடி
மருதாணிக் கைகளால் முகம் மூடி
சிரித்த உன்னை
ரசித்துப் பார்த்தேன்......!!

கருங்கூந்தலில் மல்லிப்பூ சூடிய
உன்னை அள்ளிக் கொஞ்ச வந்த
என்னை கிள்ளிச் சென்றாய்
உன்னை தழுவ வந்த என்னிடம்
நழுவிச் சென்றதை ரசித்துப் பார்த்தேன்......!!

மஞ்சத்தில் கொஞ்ச வந்தவன்
அச்சத்தில் அஞ்சி நின்றேன்
உன் மலர்ந்த முகம் கண்டு
புலரந்த பொழுதையும் மறந்தேன்
துயிலிலும் கற்பனையாக உன்னை
ரசித்துப் பார்த்தேன்......!!

ஏமாளி....!!

♡
இரக்கமுள்ளவராக
இருந்தால்
அடுத்தவர்களுக்கு உதவுபவராக
இருந்தால்
எல்லாவற்றையும் சகித்துக் கொள்பவராக
இருந்தால்....!!

அனைவரிடத்திலும் பாசமுள்ளவராக
இருந்தால்
வெளிப்படையாக பேசுபவராக
இருந்தால்
எவ்வித கருத்துக்களுக்கும்
புன் முகத்தோடு வலம் வருபவராக
இருந்தால்....!!

வலித்தாலும் களிக்க
மறவாமல்
வலிமையுடன் வாழ்ந்து
வந்தால்....!!

மனதிற்குள் எத்தனை
வலிகள் இருந்தாலும்
வெளியிட த்தில்
கோமாளியைப் போல்
ஜாலியாக உலா வரும்
அனைவரும் ஏமாளிகள் தான்......!!

சில நேரத்தில் சில உறவுகள்....!!

♡

வானவில் போன்று தான்
சில உறவுகளும்

கொஞ்ச நேரம் மட்டுமே
அழகாய் வந்து போகும்....!!

வாழ்க்கை எனும் நாடகத்தில்
உறவுகள் எனும் கதாபாத்திரம்
இரட்டை வேடம் போடும்
நாயகர்களே இங்கு அதிகம்....!!

அவையில் அமைதி கொள்வது
கலைந்திரக்கூடாது என்றும்
உறவுகளுக்குள் பொறுத்துக்கொள்வது
முறிந்து விடக்கூடாது என்றும்
சில உறவுகள் அமைதி காக்கும்....!!

தூண்டுதலால் துள்ளினால் உறவுகள்
துண்டாகி விடுமோ என்ற அச்சத்தில்
சலனத்துடன் சடலமாக நகரும்
உறவுகள் பக்குவப்பட்டவர்கள்.....!!

ஒவ்வொரு நாளும்
ஒவ்வொரு உறவுகளிடமும்
ஒவ்வொரு படிப்பினையை
கற்றுக் கொடுக்கிறது வாழ்க்கை.....!!

உறவுகள் வேண்டும் என்றால்

உரிமைகள் இழக்க நேரிடும்
எதுவும் உணரும் வரை
உண்மை விளங்காது
பிறர் வலி அறியாதவரை
யாவும் களியாகத்தான் தோன்றும்......!!

ஒதுக்கும் பந்தங்களிடம்
சொந்தம் கொள்ள நினைக்காமல் இரு
ஒத்துப்போவோம் என்றால்
மரியாதை இழந்து நிற்கக்கூடும்
ஒதுக்கிய பின் ஒதுங்காமல்
ஒதுக்கு முன் ஒதுங்கி இரு......!!

வனத்தில் கம்பீரமாக
அலைகின்றவை எல்லாம்
சில உறகளின் உள்ளத்தில்
கொடூரமாக நிற்கின்றது......!!

அகம் ஒன்று வைத்து புறம் ஒன்று
உறவாடும் கூட்டம்
வஞ்சகம் வைத்தே
வையகத்தில் வலம் வரும் கூட்டம்......!!

உண்மையான அன்பு நிஜம் மறைக்காது
போலியான அன்ப நிழல் கூட
மறைக்காமல் இருக்காது
உள்ளொன்று வைத்து புறம் ஒன்று
பேசும் உறவுகளே இங்கு அதிகம்
நான் உட்பட 😅......!!

நினைப்பதெல்லாம் கூற
நேர்ந்தால் எந்த உறவும்
நிலைக்காது
மறைத்து பேசினால் மட்டுமே
முறைத்து பார்க்காத உறவுகள் நீளும்......!!

மலடியின் பேறுகாலம்....!!

♡
உலகில்
குழந்தை இல்லாத
பெண்களுக்கு இயற்கையே
குழந்தை.....!!

சேட்டை செய்யும்
குழந்தையாக
சூடான சூரியனும்....!!

சொல்வதைக் கேட்கும்
குழந்தையாக
இதமான நிலவும்....!!

கோபத்தை காட்டும்
குழந்தையாக
அக்னி நட்சத்திர காலமும்....!!

பாசத்தை பொழியும்
குழந்தையாக
அடை மழை காலமும்....!!

மகிழ்ச்சியில் புன்னகைக்கும்
குழந்தையாக
வாசமுள்ள மல்லிப்பூச்செண்டும்.....!!

அனைத்தும்

பிள்ளைப் பேறு காணாத
பெண்மணிகளுக்கு
இயற்கைகளே பிள்ளையாகிறது.....!!

பத்து மாதம் வயிற்றில் சுமந்து ஈன்றாதவள்
ஒவ்வொரு பருவ நிலையையும்
நெஞ்சில் சுமக்கிறாள்.....!!

வெயிலை பனியை
மழையை மலரை
அனைத்தையும்
சுமந்து தாயாகிறாள்
பேறுகாலம் காணாதவள்
பருவ காலத்திற்கு தாயானவள்....!!

கிராமத்தின் பயணம்

♡
வாருங்கள் என்னோடு ஒரு கணம்.....!!
பச்சை பசேல் என்ற ஒரு கிராமம்
நடந்து செல்லும் தூரத்தில்
தென்னை ஓலை போர்த்திய வீடு
முற்றத்தில் ஒன்றரை வயது மழலை
நடைவண்டியில் நடைபயிற்சி பயிலுகிறான்....!!

வீட்டுத் திண்ணையில் தரையினுள்
பதித்திருக்கும் ஆட்டுக்கல்லும் அம்மிக்கல்லும்
கால் வைத்து ஏறும் வாசற்படியில்
மஞ்சள் காவி பூசிய வர்ணமும்
வீட்டினுள் பசுசானம் மெழுகி
மாக்கோலம் இட்டு அழகாய்
காட்சியளிக்கிறது.....!!

வீட்டின் எதிரே தெளிவடைந்த
மனம்போல் தெளிவான நீரோடை
உச்சி வெயில் தெரியாமல் இருக்க
வாசலில் இரு தென்னை மரம்
வீட்டைச் சுற்றி ஆற்று மணல்....!!

புலரும் நாழிகையில்
தென்னங்கிளைகளில்
எட்டிப் பார்க்கும் சூரியனும்
அதே தென்னங்கிளையில்
அந்தி சாயும் வேளையில்
ஒழிந்துக் கொள்ளும் பௌர்ணமி நிலவும்
பார்ப்பதற்கு கொள்ளை அழகு....!!

இரவில் நிலவின் பிம்பமும்
தென்னையின் பிம்பமும்
நீரோடையில் காட்சியளிக்க
அடடா...... இயற்கையின் அழகு
காணும் கண்களுக்கு குளிர்ச்சி அளிக்கிறது....!!

அதை ரசித்தவாறே இரவு உணவாக
ஆவி பறக்கும் நெல் மணி சோறும்

அதில் கொதிக்கும் குளத்து மீன் குழம்பும்
ஊற்றி மணக்க மணக்க புசித்து விட்டு.....!!

மரத்தடி அருகில் போட்டிருக்கும்
கயிற்றுக் கட்டிலில் இயற்கை
காற்றுடன் படுத்து உறங்கும்
சூழல் இன்றைய நிலையில்
யாருக்கு கிடைக்கும்......!!

இப்படி வாசித்துப் பார்த்து
கற்பனையில் அனுபவித்திடுவோம்
கிராமத்தின் பயணம் வாருங்கள்
என்னோடு ஒரு கணம்......!!

கல்வியே சிறந்தது....!!

♡

ஆசிரியர் கல்வி
கற்றுக் கொடுக்கும் போது
நன்றாகக் கவனித்துப்
பயிலுங்கள்....!!

போதிக்கும் போது
கற்றுக் கொள்ள தவறினால்
பாதிக்கும் போதாவது தவறாமல்
கற்றுக் கொள்ளுங்கள்....!!

பணம் இருந்தால்
படிப்பை வாங்கிடலாம் என்றக்
குறுகிய மனப்பான்மையை
வளர்த்துக் கொள்ளாதீர்கள்.....!!

கல்வி இருந்தால்
காசு வந்து விடும் கஷ்டப்பட்டாவது
ஆனால்
காசு மட்டும் இருந்தால் கஷ்டப்பட்டும்
கல்வியறிவு கிடைத்திடாது
கல்வியை பயின்றால் மட்டுமே
சாத்தியமாகும்.....!!

ஒருவர் உங்களிடம்
காசு இருக்கா இல்லையா என்று
கேட்டால் கோபம் வருவதில்லை
ஆனால் ....உனக்கு
அறிவு இருக்கா இல்லையா என்று
கேட்டால் சட்டென்று கோபம்
தலைக்கு ஏறிடும்
காசை விட
கல்வியே சிறந்தது......!!

அவள்...!!

♡
தொட்டால் இதழ் மூடும்
தொட்டாற்சிணுங்கி அவள்
விடிந்தால் விரியும்
மணக்கும் மல்லிகை அவள்....!!

காற்றுரசினால்
அசையும் மலர்கள் அவள்
கார்மேகக் காணக் கண்டால்
அகவும் மயில்கள் அவள்....!!

குயிலின் ஒலி
இசையின் மொழி அவள்
மண் வாசம் வீசும் முன்
மண்ணில் குதிக்கும் மழைத்துளி அவள்....!!

போகும் பாதை

வளைந்து நெளிந்து போனாலும்
சிதறாமல் ஓடும் நதி அவள்....!!

தடம் மாறிய என் மனதை
மரிக்கொழுந்தாய்
மணக்கச் செய்தவள் அவள்.....!!

மழையினால்
குடைக்குள் நின்றவனை
அன்பெனும் மழையில்
நனைத்ததவள் அவள்.....!!

சோகங்கள் யாவும்
துறந்து புன்னகையை
திறந்தவள் அவள்.....!!

ஒவ்வொரு நாளும் உயரும்
விலைவாசி உயர்வை போல
அவள் மீதான அன்பு

உயர்ந்து கொண்டே போகிறது.....!!

தொல்லை கொடுத்து
தொந்தரவு செய்தாலும்
தொலைந்து தொலைவில் போனாலும்
என்னிடம் எப்பொழுதும்
இருப்பவள் அவள்.....!!

உன்னைச் சந்தித்த பின்பு....!!

♡

உன்னைச் சந்தித்த
பின்பு தான் தெரிந்தது
நான் எத்தனை அழகு என்று...!!

உன்னைச் சந்தித்த
பின்பு தான் தெரிந்தது
நான் எத்தனை திறமையானவன் என்று....!!

உன்னைச் சந்தித்த
பின்பு தான் தெரிந்தது
எனக்குள் எத்தனை
சிந்தனை முளைத்தது என்று.....!!

உன்னைச் சந்தித்த
பின்பு தான் தெரிந்தது
எனக்கும் காதலிக்க தெரியும் என்று...!!

உன்னைச் சந்தித்த
பின்பு தான் தெரிந்தது
எனக்கும் ரசிக்க தெரியும் என்று....!!

உன்னைச் சந்தித்த
பின்பு தான் தெரிந்தது
நானும் கவி புனைவேன் என்று.....!!

உன்னைச் சந்தித்த
பின்பு தான் தெரிந்தது
என்னால் உன்னை விட்டுப்
பிரிய முடியாது என்று.....!!

உன்னைச் சந்தித்த
பின்பு தான் தெரிந்தது
உன்னை ஏன் சந்தித்தோம் என்று.....!!

மிதிவண்டி....!!

♡

மழலையில் துணையில்லாமல்
நடப்பதற்கு முன்பே
துணையாக வந்த
மூன்று சக்கர வாகன
மிதிவண்டி......!!

முத்து அண்ணன் கடையில்
இரண்டு ரூபாய்க்கு
இரண்டு மணி நேரம்
வாடகைக்கு எடுத்து ஓட்டிப் பழகிய
மிதிவண்டி.....!!

இன்று விலைக்கே

வாங்கி ஓட்டிப் பழகும்
மிதி வண்டி.....!!

அன்று உறவினர்களின்
அக்கரை நிமித்தம்

எத்தனை மயில்கள் இருந்தாலும்
அழுத்திச் சென்ற
மிதிவண்டி.....!!

இன்று அதிகாலை வேளையில்
சர்க்கரை நோயின் நிமித்தம்
ஒரு மணி நேரம் மட்டும்
அழுத்திச் செல்லும்
மிதிவண்டி..... !!

அன்று சாலையில்
இரட்டைக் குடம் தொங்க
தண்ணீர்
எடுத்துச் சென்ற
மிதிவண்டி.....!!

இன்று ஏதோ
ஒரு மூலையில்
குறட்டை விட்டு தூங்கும்
தூசு படிந்த
மிதிவண்டி....!!

அன்று டைனமோ விளக்கின்
வெளிச்சம் இல்லையென்றால்
காவல்துறை
துரத்திப் பிடிக்கும்
மிதிவண்டி.....!!

இன்று விதவிதமாக
அலங்கரித்து

சிறார்களின் மனம்
கொள்ளைக் கொள்ள வைக்கும்
மிதிவண்டி.....!!

அன்பின் முறிவு...!!

♡
என் அன்பை முறித்துக் கொள்ள
முடிவு எடுத்து விட்டாய்
என்னை விட்டு நிரந்தரமாக
சுதந்திரத்தோடு செல்லலாம்....!!

எனக்காக காத்திருக்க வேண்டிய
அவசியம் இனி இல்லை
பொய்கள் சொல்ல வேண்டிய
அவசியம் இல்லை...!!

உன் விருப்ப
வாழ்க்கையை வாழலாம்
எதுவும் பகிர்ந்து கொள்ள
வேண்டு மென்ற அவசியம் இல்லை.....!!

என் அன்பை
உன்னிடம்
நிரூபித்துதான் வாழ வேண்டும்
என்ற அவசியம் எனக்கில்லை...!!

உண்மையான அன்பை தவறாக
புரிந்துக் கொள்ளாதீர்கள்
உண்மை அன்பிற்கு பரிசாக கிடைப்பது
அழுகையும் ஏமாற்றமும் தான்....!!

போக்குவரத்து சமிக்ஞையும் வாழ்க்கையும் (Traffic Signal)

♡

பாதசாரிகள் கடக்கும் இடத்தில்
அழகாய் பொறுமையாக வரிசையாய்
செல்லும் பள்ளிக் குழந்தைகள்
அவர்களை வழி நடத்தும் ஆசிரியர்கள்.....!!

இவை வாழ்க்கையை
பொறுமையாக வழி நடத்துவதை
உணர்த்துகிறது......!!

பச்சை விளக்கு எரியும் முன்
மோட்டார் வாகனத்தை
உர்ர் உர்ர் என்று சத்தமிடச் செய்து
அவசரப்படும் வாலிபர்கள்....!!

வாழ்க்கையில் பொறுமையை
கடைப்பிடிக்காமல் இருப்பதை
உணர்த்துகிறது....!!

சமிக்ஞையில்
பிச்சை எடுக்கும்
கிழவனும் கிழவியும்
வாழ்க்கையின் இருட்டிற்கு சென்றதை
உணர்த்துகிறது.....!!

காருக்குள் அமர்ந்திருக்கும்

மானிடர்களுக்கு
தின்பண்டங்கள்
விற்கும் ஜனங்கள்......!!

வாழ்வில் எப்படியாவது முன்னேறிட வேண்டும்
வாழ்வை ஜெயித்திட வேண்டும்
என்ற எண்ணத்தை
உணர்த்துகிறது..... !!

போக்குவரத்து காவல்துறை
அறிவிப்பு ஒலி பெருக்கியின்
சப்தம் நம் வாழ்க்கையில்
ஏற்படும் சிறு சிறு பிரச்சினைகள்
வரும் முன் ஏதாவது ஒரு எச்சரிக்கை தருவதை
உணர்த்துகிறது....!!

சமிக்ஞையில் நிற்கும்
வாகன ஓட்டிகள்
பச்சை விளக்கின் வெளிச்சம்
வருவதற்கு முன் அத்து மீறி
செல்லும் அவர்கள் விபத்துக்குள்ளாவார்கள்.....!!

வாழ்க்கையிலும் அத்துமீறினால்
இது போன்ற விபத்துகள்
நேர்ந்திடக்கூடும்.....!!

போக்குவரத்து சமிக்ஞை
நம் வாழ்க்கையுடனும்
ஒற்றுப் போகும்.....!!

சத்தம் நித்தம் வேண்டும்....!!

♡

சத்தம் நித்தம் வேண்டும்
நீ வகுடு எடுத்த
உச்ச ந் தலையில் ஒரு
முத்தச் சத்தம்.....!!

சத்தம் நித்தம் வேண்டும்
நீ தாழம்பூ திலகம் இட்ட
நெற்றியில் ஒரு
முத்தச் சத்தம்.....!!

சத்தம் நித்தம் வேண்டும்
ஊஞ்சல் ஆடும் கம்மல்
பூட்டிய காதில் ஒரு
முத்தச் சத்தம்....!!

சத்தம் நித்தம் வேண்டும்

நம் இதழ்கள் சேருகையில் ஒட்டாத
என் வாசனை நுகரும் உன் மூக்கில் ஒரு
முத்தச் சத்தம்.....!!

சத்தம் நித்தம் வேண்டும்
அட்டிகை ஒட்டியிருக்கும்
உன் சங்கு போன்ற கழுத்தில் ஒரு
முத்தச் சத்தம்....!!

சத்தம் நித்தம் வேண்டும்
மாராப்பு மறைந்திருக்கும்
உன் மார்பில் நித்தம் ஒரு
முத்தச் சத்தம்....!!

சத்தம் நித்தம் வேண்டும்
வாழைத்தண்டு போல் இருக்கும்
உன் கவலில் ஒரு
முத்தச் சத்தம்....!!

சத்தம் நித்தம் வேண்டும்
பஞ்ச போன்ற
உன் பாதங்களில் சரணடைந்து ஒரு
முத்தச் சத்தம்.....!!
நித்தம் வேண்டும்
முத்தச் சத்தம்.......!!

காதலர்களின் ரசனைகள்...!!

♡

வாடிப் போயிருந்த

பயிராய் என்னில்
நீர் வார்த்த
கார் மேகம் நீ.....!!

தேடி சோகமாயிருந்த
மலராய் என்னில்
ஒளித்தக்
கதிரவனாய் நீ.....!!

இதழ் மலர்ந்து
தேனூர என்னில்
பருக வந்த
பட்டாம் பூச்சியாய் நீ.....!!

சங்கு மலர்க் கொடியில்
கூடு கட்டி குடி பெயர்ந்து
கொஞ்சுவது எப்பொழுது எனக் காத்திருக்கும்
குருவியாய் நீ......!!

பசுமையான புல்வெளியில்
வாசமுள்ள மலராய்
அழகான பட்டாம் பூச்சியாய்
சுட்டெரிக்கும் சூரியனாய்
சிட்டுப் போலிருக்கும்
சிட்டுக்குருவியாய்
நம்மை நாமே ரசித்துக் கொள்வோம்.....!!

சில நேரத்தின் மனம்....!!

♡

சில நேரம் கவலைகளின்
மனச் சோர்வில்
ஆழ்ந்திருக்கும் மனம்...!!

சில நேரம் பிறர்
தோள் சாய்வில்
சாய்ந்திருக்கும் மனம்....!!

சில நேரம் மனப் பாரத்தில்
மௌனத்தின் சாயலில்
வளர்ந்திருக்கும் மனம்.....!!

சில நேரம் துக்கங்களால்
மனித குமுறலின் கண்ணீரில்
மிதக்கும் மனம்...!!

சில நேரம் இனம் புரியாத
கவலையில் யாருமில்லாத
ஓர் உணர்வில் மனம்...!!

சில நேரம் நம்மைச் சுற்றி
நடக்கும் துன்பங்கள் யாவும்
சரியாகிவிடும் என்ற
நினைவில் மனம்.....!!

இதுவும் கடந்து போகும்
என்ற நம்பிக்கையில்
ஓடும் மனம்....!!

ஞாபகம்....!!

♡
அதிகாலை
பனியில் உன்

முகப்பரு ஞாபகம் .....!!

அந்தி மாலை காற்றில்
கண்களில் மோதிய
கூந்தல் ஒதுக்கிய ஞாபகம்....!!

பகல் நேர வெயில்
என்னைத் தேடிய
கோபத்தின் ஞாபகம்....!!

இரவு நேர குளிர்
உன்னை அணைத்த
கதகதப்பு ஞாபகம்....!!

தூங்கும் முன்
உன் நிலவு
முகம் ஞாபகம்....!!

துயில் எழுந்தும்
உன் மீன்
விழி ஞாபகம்.....!!

வேலை நேரத்தில்
மான் போல் உன்
நடையின் ஞாபகம்......!!

என் மௌனத்தில்
உன் புன்னகை
ஞாபகம்....!!

என் கஷ்டத்தில்
உன் அழுகை
ஞாபகம்.....!!

நீ இல்லா நேரங்களில்
உன்னோடு பயணித்த
நாட்கள் ஞாபகம்.....!!

ஒவ்வொரு அசைவுகளிலும்
ஒவ்வொரு இயற்கைகளிலும்
உந்தன் ஞாபகம்......!!

இளைஞர்கள்...!!

♡

இன்றிருக்கும் இளைஞர்கள்
திறமை மிக்க கலைஞர்களாக
இருக்கிறார்களே தவிர
பொறுமை மிக்க மனிதர்களாக
இருப்பதில்லை....!!

பிறப்பிற்கும்

இறப்பிற்கும் இடையில்
வாழும் வாழ்க்கையை
ஊக்கத்துடன் கொண்டு
செல்லுங்கள்......!!

எதில் வேண்டுமானாலும்
முன் அனுபவ பயிற்சி

பெற்று தேர்ச்சி
பெற்றிடலாம்.!!

ஆனால் நாம் வாழும்
வாழ்வில் சந்திக்கும்
ஒவ்வொரு முயற்ச்சிற்கும்
பயிற்சி பெற்று வாழ முடியாது.....!!

வாழ்வில் ஒவ்வொன்றும்
ஒவ்வொரு அனுபவம்....!!

முன் அனுபவ பயிற்சியாக
இறந்து மீண்டும் பிறந்து
வாழ்க்கையை வாழ்வோம் என்று
எண்ணம் கொண்டு....!!

ஒரே பாடலில்
வாழ்க்கையை ஜெயித்திட இது
திரைப்படம் அல்ல......!!

இது வாழ்க்கை
நிஜ வாழ்க்கை.....!!

நீங்கள் புரியும்
ஒவ்வொரு செயலும்
கஷ்டப்பட்டு புரியாமல்
இஷ்டப்பட்டு புரியுங்கள்......!!

உங்கள் வாழ்க்கை
இனிமையாக
பசுமையாக
செழிப்பாக
மாறிடும்.....!!

நீங்கள் பார்க்கும் ஜோலிகளை
ஜாலியாக செய்திடுங்கள்
உங்கள் வாழ்க்கை
ஜோதியாக ஒளி வீசும்.....!!

ஆகாயமும் அவளும்....!!

♡
சிறு வயதிலிருந்தே
ஆகாயம் என்றால்
ஒரு ஈர்ப்பு

அவளும் அப்படித்தான்.....!!

ஆகாயத்தை
தொட்டுப் பார்த்திட
வேண்டும் என்ற ஆசை
தூரத்திலிருந்து காணும் பொழுது.....!!

அருகில் சென்று
ஆகாயத்தை ஸ்பரிசம்
செய்திடலாம் என மனதில்
ஒரு எண்ணம் தோன்றும்....!!

நான் முன்னோக்கி
நகர நகர அதுவும்
தூரம் செல்லும் இன்று வரை
முயற்ச்சிக்கிறேன் தொட முடிய வில்லை....!!

வானில்
வான்மதியை போல
அழகூட்டும் உன்னை
ஸ்பரிசம் புரிய நீ விலகி செல்கிறாய்.....!!

ஆகாயத்தை நெருங்க
முடியாததை போல
ஆகாயத் தாமரை உன்னையும்
நெருங்க முடியாது என ....!!

அறிந்துக் கொண்டு
நின்று விட்டேன்
உன்னுடனான வாழ்வு
என் கற்பனையில் கண்டு கொள்கிறேன்....!!

வெற்றி....!!

♡
நீ புரியும் செயலை
பிறர் கேலி செய்கிறார் என்றால்
அதை நீ திரும்ப திரும்ப செய்
கேலி செய்யும் வாய் ஓயும் வரை....!!

துவளாதே
மனம் உடையாதே
கேலியின் கூச்சலில்
செவிடாயிரு.....!!

எவன் ஒருவன் புதிதாக
முயற்ச்சிக்கையில்
செவிடாக இருக்கின்றானோ
அவனே வெற்றியாளன்.....!!

உன் வெற்றிக்கு பின்
இகழ்ந்த அதே வாய்
இக்கணம் புகழிக்கும்
ஏளனமாய் பார்த்த
விழிகள் வியக்கும்....!!

தட்டிக் கொடுக்காத
கைகள் இப்பொழுது
கரவொலி எழுப்பும்.....!!

கேலியினால் துவளாமல்
புகழால் தலைக்கணமில்லாமல்
வஞ்சப்புகழ்ச்சியால்
வஞ்சிக்காமல்....!!

உன் வேளையில்
கவனம் சிதறாமல்
பார்த்துக் கொள்
பணிவுடன் இருக்குமாயின்
துணிவுடன் வாழ்வாய்....!!

**மனதை பிணமாக்காமல் நல்ல மனதுடன்
தினம் கொண்டாடு....!!**

♡

நேற்றைய தினம் நினைத்து
கவலை கொள்ளாமல்
வரும் நாளைய தினம் யோசித்து
பயம் கொள்ளாமல்.....!!

நடக்கும் இன்றைய
தினம் கண்டு கொண்டாடு
தினம் வரும் தினத்தை
கொண்டாடி மகிழ்.....!!

தினம் தினம் நாட்காட்டியை
கிழிப்பது போலவே

அன்றன்றைய தினத்தை
களிப்பூட்டும் நாளாக
கொண்டாடி கழித்திடு.....!!

நீ வாரி வழங்கும்
வள்ளலாக திகழ வேண்டாம்
உன்னிடம் இருக்கும் அனைத்தும்
பிறருக்கு கொடுக்கும்
தர்மபிரபுவாக இருந்திட வேண்டாம்.....!!

பிறர் துன்பம் கண்டு
இன்பம் அடையாதிரு
பிறர் மனம் குணம்
அறிந்து அவர்களுக்கு
ஆறுதல் வார்த்தையாக இளைப்பாரிடு.....!!

உனக்கு பிடிக்காதவர்களை
முன் விட்டு பின்னால்
புறம் பேசிடாதே....!!

காசு பணம் இருந்தால்
உறவுகள் வந்திடாது
மாசற்ற குணம் இருந்திட வேண்டும்....!!

நீ பிணமாக கிடக்கையில் கூட
உன் குணம் பேசுமடா

உடல் படுக்கையே கதியானால்
உயிருக்கு ஏது மதிப்பு.....!!

உயிர் பிரிந்து போனால்
அந்த உடலுக்கும் ஏது மதிப்பு
உன்னால் பிறருக்கு எவ்வித
பயனும் இல்லையெனில்
உன் மனம் கூட பிணமடா
மனம் கூட பிணமடா.....!!

துணிவு....!!

♡
பெரும்பாலான மனிதர்கள்
பிழை என்று தெரிந்து
செய்தாலும் ஐயம்
கொள்ளாத மனம்....!!

பிறர் அறியக்கூடாதென்று
மனம் ஐயம் கொள்கிறது
பிழை உள்ள மனிதனே

பிறர் பிழை திருத்த உசிதமானவன்....!!

காலம் முழுதும் குட்ட குட்ட
குனிந்து கைகட்டி வாய் பொத்தி
தன் உரிமையைக் கொன்று
புதைத்து காலம் ஓயும் வரை.....!!

அடிமையாக வாழ்வதற்கு
ஒரே ஒரு முறை தலை நிமிர்ந்து
இறந்தாலும் பரவாயில்லை என்று
தனக்கான உரிமையோடு....!!

எதிர்த்து பேசிவிட்டுச் செல்
நிம்மதி அடைவாய்
உரிமை இழந்து உயிரோடு
இருந்தே இறந்து வாழ்வதற்கு......!!

ஒரு முறை
உரிமையோடு போராடி இற
இறப்பிற்கும் பின்பும்
நீ வாழ்வாய்
துணிவோடு பயணியுங்கள்....!!

www.ingramcontent.com/pod-product-compliance
Lightning Source LLC
LaVergne TN
LVHW100335181026
850499LV00039B/1094